காதல் கண்ணன்

கா.தீரன்

ஏலே பதிப்பகம்

காதல் கண்ணன்

ஆசிரியர் ©கா.தீரன்

முதற்பதிப்பு 2021
பக்கங்கள் 45

புத்தகத்தின் முழு உரிமையும்
ஆசிரியருக்கே சொந்தமாகும்
©k.Dheeran
ISBN 978-93-91423-37-7

புத்தகம் முழுவடிவமைப்பு மற்றும் வெளியீடு
ஏலே பதிப்பகம்
மின்னஞ்சல் முகவரி
Aelaypublish@gmail.com
phone – 9944992571

Published by
© AelayPublish
www.aelaypublish.com

முன்னுரை :

அனைவருக்கும் வணக்கம் நான் உங்கள் தீரன் பேசுறேன் ☘️சோசியல் மீடியாவ ரொம்ப அழகா உபயோகப்படுத்திக்கனும்னு எல்லாரும் சொல்லுவாங்க அதைசார்ந்து நானும் Facebook insgatam லலாம் பொன்னியின் செல்வன் கதைகள் பற்றிய மீம்ஸ்களைப்பார்த்து பொன்னியின் செல்வன் புத்தகம் படித்தேன் புத்தகம் படித்தப்பின்பு புத்தகத்தின் மீதான தாக்கம் என்னையவே இன்ஸ்டாகிராமில் வந்தியத்தேவன்2 என்கிற பக்கத்தை அமைத்து அதில் மீம்ஸ்களை பதிவுசெய்ய ஆரம்பித்தேன் அதன்மூலமாக நிறைய நண்பர்கள் கிடைத்தார்கள் நாளடைவில் அந்த நண்பர்கள் அனைவருமே என்னை நல்ல வழியில் ஊக்கப்படுத்தினார்கள் எனது நிஜ நண்பர்களைக்காட்டிலும் இணையநண்பர்கள் என்னை நிறையமுறை எனது பன்முகத்திறமைகளை பாராட்டி ஊக்குவித்தார்கள் என்பதை இவ்விடத்தில் ஆனித்தனமாக பதிவு செய்துக்கொள்கிறேன் அதுமட்டுமில்லாமல் அவர்கள் அனைவரும் என்னை நூல் எழுதுங்கள் என்று பலமுறை ஊக்கப்படுத்தினார்கள் அவர்களின் ஆணைக்கினங்க நானும் ஒரு சிறு முயற்சி எடுத்துள்ளேன் என்னை அதற்கு முன்பே பலமுறைப்பாராட்டியது எனது அருமை அக்கா ரேவதி, சந்திரலேகா ஆகிய இருவரும் எனது பன்முகத்திறமையை வெளிக்கொணரவே ஆசைப்பட்டார்கள் ஆக அவளுக்காகவும் அவர்களது ஆசைக்காகவும் நான் எழுத்தாளராக மாறியுள்ளேன் ஆக என்னை ஊக்குவித்த எனது அம்மா அக்கா மாமா, இணைய நண்பர்கள் குறிப்பாக்க இன்ஸ்டாகிராம் நண்பர்களுக்கு நன்றியைத்தெரிவித்துக்கொள்கிறேன் இந்தக்கதை எனது வாழ்வில் நடந்த கதை ஆதலால் அவற்றில் முக்கியபங்குபெறும் பெண்ணின் பெயரை அவள் நலன்கருதி மாற்றி உள்ளேன் ஆகையால் இந்த நூல் மட்டுமில்லாது இனி நான் எழுதும் நூல்களுக்கும் ஆதரவு தரும்படி கேட்டுக்கொள்கிறேன்

என்றென்றும் அன்புடன்

கா. தீரன்

தீரன்

தீரன்

காதல் கண்ணன்

காதல்னா என்னன்னே தெரியாத வயசிலயே நம்ம கதாநாயகன் ஒரு காதல்நாயகனா வலம் வரஆரம்பிச்சிட்டான் நம்ம நாயகன் பேரு தீபன் அவன் தமிழ்மேல பயங்கரப்பற்று உள்ளப்பையன் அனா அவன்தமிழ்ப்பற்று அவனப்பெத்தவங்களயே கடுப்பாக்கிடுச்சி😄Conventla படிச்சிட்டுஇருக்குபோது தலைவன் English miss கிட்ட Daily .அடிவாங்குவான் அந்தகடுப்புல வீட்டுக்கு வந்ததும் அம்மாக்கிட்ட விட்டான் பாருங்க ஒரு Punch(தமிழ்நாட்டுல பொறந்துட்டு நா English Medium படிக்குறதா Never தமிழ் Medium) ல சேருங்கன்னு சொல்லி அபோவே ஆங்கிலஎதிர்ப்புப்போராட்டம்(தூள் படத்தில உள்ள சின்னவயசு விக்ரம Mindla வச்சிக்கோங்க அதேப்போலதான் பேசுனேன்😊) நடத்தி அதுல

வெற்றிபெற்று உள்ளூர்ல உள்ள ஊராட்சிபள்ளிக்கூடத்துல 3 Rd standard Join பண்ணிட்டான்😊.... அவன் முதன்முதலா மூன்றாவது வகுப்பு Join பண்ணும்போது மதி ன்னு ஒரு பொண்ண பாக்குறான் பாத்ததுமே அவனுக்கு மண்டைல தோணுண ஒரே விஷயம் ஆங்கிலஎதிர்ப்புப்போராட்டம் நல்லாவே வேளைசெய்யுதுடான்னுதான்😄😍Love at first sight apove எங்களுக்கு தோணிடுச்சி விடுவோமா நாங்க ஒரே Class than, Side Bench மதி Side bench நான் வாத்தி Class a விட மதி முகத்தப்பார்த்து பாடம் படிச்சதுதான் அதிகம்😊,,, அப்போக்கொஞ்சம் பப்ளிமாஸ்போல இருக்குறாதால எல்லாமே நல்லா பேசுவாங்க Apdiye 3 Rd முடிஞ்சிடுச்சி 4 th வந்திடுச்சி காதலும் கொஞ்சம் Heavy ஆகிடுச்சி P.e.t Periodla நொண்டி விளையாடும்போது நா மதி ய Out பண்றதும் மதி என்ன Out பண்றதும் ஒரே கூத்தா இருக்கும்😍...ஒரு கட்டதுல மதி என்னோட பெரியப்பா பொண்ணோட Tutionla Join பண்ணிட்டா Obviosuly அடுத்து

நானும் அதே Tuation la மதி க்காக Join பண்ணுனேன் குறிப்பு சொந்தக்காரங்களே புடிக்காத எனக்கு மதி க்காக Tutaion join பண்ணணுமான்னு தோணுச்சி அனால் பாருங்க விதி யார விட்டுச்சி Wanted a நானும் பொய்ட்டு Join பண்ணிட்டேன் 😊 என்னப்பார்த்ததும் அவளுக்கு shocku😦 அங்க ஆரம்பிச்சிதுங்க மதிக்கும் எனக்கும் Oru Chemistry நா சும்மாவே மதி ய ♥️👫மானாவாரிய Sight அடிப்பேன் இதுல School ,school முடிஞ்சதும் Again tution அப்டினா சொல்லவா வேணும்😊😌.... என்னோட உயிர் நண்பனுக்கு இதெல்லாம் பார்க்க பார்க்க பாதி உயிரே போய்டுச்சிங்க😄... அப்போவே அவன வச்சி செய்வேன் என் ஆளு ஒரு தேவதைடா சும்மா பளபளன்னு பால் கலர்ல இருக்காடான்னு அவன பாலவிட மோசமா பொங்கவைப்பேன்😄., அப்போ திருப்பாச்சி படம் பயங்கற Hit songslam romba நல்லா இருக்கும் நானும் மதியும் கண்ணும் கண்ணும்தான் அலந்தாச்சி பாட்ட எப்போப்பார்த்தாலும் பாடுவோம் Come on come on haan haan😊 ஒரு நாள் Tutionla power cut ல்ல மழைவேற எல்லாரோட Parentsum வந்து அவங்கவங்க பசங்கள கூட்டிட்டு போனாங்க மதி வீட்டுல ஆள் வர Late ஆகும்.

முதல் முத்தம்:

எனக்கு மதியோட கன்னத்தப்பார்க்கும்போதுலாம் எப்போடா அதுல முத்தம் குடுக்கனும்னுதான் தோணும் இதுதான்டா பேட்ட பாயுர நேரம்னு நானும் இருட்டுல கண்இமைக்கும் நேத்துல மதிக்கண்ணத்துல முத 😶முத்தத்தை கொடுத்துட்டேன். அந்த நிமிடம் இப்போ நினைச்சாலும் பக்குன்னுதான் இருக்கு😱,நா நினைச்சேன் செத்தேன்டா மானம் போச்சி சொந்தக்கார அக்காமுன்னாடி மரியாதைப்போச்சின்னு ஆனால் மதி சத்தமே போடல பார்த்து சிரிச்சா நா இதக்கொஞ்சம்கூட எதிர்ப்பார்க்கல அப்டியே குத்துக்கள்ளுப்போல உக்கார்ந்துட்டேன் இதையெல்லாம் என் உயிர்நண்பன் ஆந்தைப்போல பார்த்திட்டு இருந்திருக்கோன்😲இந்த விஷயம் எனக்கும் மதிக்கும் சுத்தமா தெரியாது ☹️மதி

வீட்டுல இருந்து அவங்க அம்மா வரவரைக்கும் நா கொன்சம் அமைதியா இருந்தேன் Exactly திருடன் போல ஆனால் மதி Crct a என் கன்னத்துல யாரும் பார்க்காத நேரம் Crct a முத்தம்கொடுத்துட்டா

இத என் உயிர்நண்பன் அதான் அந்த ஆந்தைக்கண்ணன் பார்த்துட்டான்😱(இந்தஆந்தக்கண்ணன் பார்த்த வேளையை 2008 ல பார்க்கத்தானே போரிங்க🙄) விக்கி To Me:டேய் என்னடா பன்றிங்க
2 பேரும்😦இதெல்லாம் என் உயிர்நண்பன் அதான் அந்த ஆந்தைக்கண்ணன் பார்த்துட்டான்😱
(இந்தஆந்தக்கண்ணன் பார்த்த வேளையை 2008 ல பார்க்கத்தானே போரிங்க🙄)
விக்கி To Me:டேய் என்னடா பன்றிங்க
2 பேரும்😦இதெல்லாம் தப்புடா
தீபன் To விக்கி:ஆமா தப்புதான் தெரிதுல அப்போ யார்டயும் சொல்லக்கூடாது நீ என் Best பிரண்டு அத மறந்திடாத விக்கி 😊
விக்கி To தீபன்:கருமம்டா இத சொல்லியே என் வாய அடச்சிடு 😊
டியூசன் அக்கா :மதி உங்க அம்மா வந்துட்டாங்க Books எடுத்திட்டு நீ கிளம்பலாம் 😊
மதி: Ok Mam
அவ போனதுகப்புறம் விக்கிய கட்டிப்புடிச்சி முத்தம் கொடுத்துட்டேன்ல😁😁😁னு சொன்னது இப்பவும் நல்லா நியாபகம் இருக்கு😁🙈...

5 th standard ஆரம்பிச்சிது ஸ்கூல் லீடர் நா அசிஸ்டென்ட் லீடர் என் நண்பன்
முன்னாடியவிட இப்போ முழு உரிமை வந்தாச்சு மதியும் நானும் பண்ணாத அலப்றையில்ல ஆனால் 2பேருமே நல்லா படிப்போம் என்னோட பர்த்டே வந்துச்சி(மஞ்சள் சர்ட்டு /நீல ஜீன்ஸ்)அன்னைக்கு பயங்கர Happy மூட் அன்னைக்கு என்னோட கணக்கு வாத்தி என்னய பொரட்டி பொரட்டி அடிச்சது இன்னும் என் கண்முன்னாடி வந்து வந்துப்போகுதுங்க😣 மோசமான பிறந்தநாள்

மதி : ஒழுங்க கவனிடா
தீபன்:அதான் நீ சொல்லிக்குடுப்பல்ல அப்புறம் என்ன😊

கணக்கு வாத்தி To Me: இப்போ போட்ட கணக்க அழிக்கப்போறேன் தீபன் நீவந்து இப்போ அதே கணக்க. போடப்போற சரியா????😳

தீபன் : ரைட்டு சைத்தான் இன்னைக்கு கணக்கு வாத்தி ரூபத்துல வந்திருக்கு இந்த ஆளுக்கு சும்மாவே நம்மளக்கண்டா ஆகாது , இதுல மதிக்கிட்ட பேசுனதப்பார்த்துட்டான்வேற பிரிச்சிமேயப்போறான்டா எவ்வளு அடிச்சாலும் கெத்தா வாங்கனுமே தவிர ஒரு கண்ணீர்கூட வரக்கூடாதுடா😔,
(பிறந்தநாள் அடிக்கமாட்டார்ணு நீங்களே நெனச்சிருப்பீங்க ஆனால் அங்க சீனே வேர😳😨)
வாத்தி Wife கிட்ட அவரு சிகரெட் அடிச்சத போட்டுவிட்டேன் என்னைக்கோ நடந்த சம்பவம் அது
அத மனசுலச்சிலவச்சிட்டு என்னப்பிரிச்சிமேய்வான்னு நான் கனவுக்கூட நினைக்கல பிரிச்சி மேஞ்சிட்டான் அந்த கணக்குவாந்தி
ஒரே அசிங்கமாபோச்சிங்க😱😨
அடிய வாங்கிட்ட யாரையுமே பாக்கல பேசல ஸ்க்கூல் முடிஞ்சதும் நேரவீட்டுக்குப்போய்ட்டு படுத்தவன்தான் 7 மணிக்கு வெளியவறேன் மதி எங்கத்தெருவுக்கு எங்கப்பக்கத்துவீட்டுஅக்காவ பார்க்கவரப்போல என்னவந்துப்பார்த்த

மதி:டேய் ந்தான் அப்போவே சொன்னேன்ல ஒழுங்கா கவனின்னு ஏன்டா பர்த்தே அன்னைக்கு அடிவாங்குன😔

தீபன் To மதி: சரிவிடு நானே இப்போதான் அழுது தூங்கி வெளிளவரேன் நீவேர அதனியாகப்படுத்தாத சரி நீ கன்ன இந்தப்பக்கம்

மதி To தீபன்: உன்னப்பார்க்கலாம்னுதான்ட வந்தேன் பாவமா இருந்துச்சி நா உங்க Streetuku வந்ததுமே உன் நாய் jimmythanda ஓடிவந்துக்கொஞ்சுச்சி 😭

தீபன் To மதி:பார்த்தியா அதுக்கே தெரிஞ்சிருக்கு யிருவந்தா வரவேற்க்கனும்முனு😊

மதி To தீபன்: சரி நாளைக்கு ஸ்கூல் வந்திடுடா நீ வரலன்னா ஒருமாதிரி இருக்கும்டா

தீபன் To மதி: சரி வரேன் நீபார்த்துப்போ ....
(குறிப்பு : Love letterlam அடுத்துக்குடுத்தேனென்றால் பாத்ததுக்கோங்களேன்😭😊🗨)

இந்த சம்பவங்கள் வரைக்குமே நம்ம Hero இன்னும் மதி க்கிட்ட காதல சொல்லல ஒரு நாள் டீச்சர் வராத பாடவகுப்புல ரக் நோட்டுல தலைவன் லவ் லெட்டர் எழுதுரான் அத கார்த்தி பார்த்துட்டான் உடனே புடுங்கிட்டு வெளில ஓடிட்டான்
அவன் வெளில ஓடுன நேரம் Crct a மதி யும், பிரியாவும் வர பாழாப்போன பண்ணாட நேரா லெட்டர பிரியாக்கிட்ட கொடுத்து மதி ய தீபன் லவ் பன்றான் அதான் லவ் லெட்டர் எழுதிருக்கான்னு சொல்லிட்டான் p

(நா அவ்ளோதான் சோலி முடிஞ்சிடுச்சின்னு நெனச்சேன்)

Crct a பிரியாவும் , மதியும் நேரா வந்தாங்க
பிரியா: டேய் நிஜமாவே நீதான் எழுதினியாடா நம்பவே முடியல
(நான் இதான் Chance சொல்லிடுவோம்னு சொல்லிட்டேன்)

தீபன் To பிரியா : ஆமா மதிக்கே அது தெரியும்நானே கொடுக்கலாம்னு இருந்தேன் அதுக்குல்ல அந்த பாழாப்போன பண்ணாட உன்ட கொடுத்துட்டான்😊
மதி என்ட பேசவே இல்ல சோகமா போய்ட்டா ☹️
நானோ சின்னப்பையன்ல வழக்கத்துக்கு மாராக வீட்ல அமைதியா இருந்தேன் என்னோட அக்கா இருந்திருந்தால்

நா முழிச்ச முழிக்கு கணண்டுபுடிச்சிரிப்பா அவ அரியலூர்ல Hostella தங்கிப்படிச்சதால வீட்ல என்னை யாரும் கண்டுக்கல நானும் உடம்பு சரியில்லன்னு மாத்திரைப்போட்டு தூங்கிட்டேன் மருநாள் காலைல School போகவேப்புடிக்கல

ஆனாலும் போனேன் கணக்கு வாத்தியப்பார்த்து பார்த்து வர பயத்தவிட அவ சொல்லப்போற வார்த்தைக்கு ரொம்ப பபயந்தேன் Classkku முதல் ஆளா வந்தேன் அன்னைக்குன்னு அவ Last a வந்தா Wait பண்ணி Wait பண்ணி வெறுத்துப்போச்சி பிரியாவேர ரொம்ப மொரச்சிப்பார்த்துட்டே இருந்தா நான் தலைய கீழ க்குனிஞ்சிக்கிட்டேன் , மதி Classku வந்ததுமே என்னைப்பார்த்து எப்போவும்போல அந்த பூமுகம் மாறாம சிரிச்சா நானும் சிரிச்சேன் 😀(சிருங்கிப்போயிருந்த என் மூஞ்சி அவ சிரிச்சதும் Focus லைட் போல பிரகாசம் ஆகிடுச்சி😊😄)
அடுத்து மதி என்ன சொல்லிருப்பா ....

வெளுத்ததெல்லாம் பால் அப்டினு
அப்டினு நம்புறவயசுல உள்ள எங்களுக்கு அந்த குழந்தைத்தனமான காதல் மட்டும் கசக்குமாஎன்ன???
அடுத்த நாள் மதி எனக்கு ஒரு லெட்டர்க்கொடுத்தா 😊🙍
நீங்க நினைக்குறப்போல அவ அதுல I love u னு எழுதல😊
உன்கூட பேசினாலே Funny a இருக்கும் நெரையா பேசிட்டே இருக்கத்தோனும் , நீ பேச்சுப்போட்டிலயோ, டான்ஸ் ஆடும்போது, Prayer la host பண்ணும்போதுலாம் நல்லா

இருக்கும் அதனால எப்போவுமே உன்ன புடிக்கும்னு
சுருக்கமா எழுதியிருந்தா அப்போக்கூடப்பாருங்களேன்

இந்தப்பொம்பலப்புள்ளைங்க எவ்ளோ உஷார் அ
இருக்காங்கன்னு
(ங்கொக்கமக்கா 😮உஷாரா இருக்காடா😊னு
நினைச்சிக்கிட்டேன்)

திருமதி தமிழிசை சொல்வதுப்போல 😊
(இது ஒரு வெற்றிகரமான தோழ்வினும் சொல்லமுடியாது
, வரலாறுக்காணாத வெற்றினும் சொல்லமுடியாது)

அல்வாவும் ஆப்பும்☹:

அதுக்கப்புறம் எதார்த்தமா பெட்டிக்கடைக்குப்போனேன் அந்த டைம்ல வீட்லக்கொடுக்குற 1Rs 2 rs lam சேத்துவைச்சி சாப்டுற எனக்கு பெட்டிக்கடைல மதியப்பார்த்ததும் தாராளப்பிரபுப்போல ஒரு Feeling எனக்கு ,என்னைக்கும் இல்லாம அன்னக்குன்னுப்பார்த்து கைலப் பத்து ரூபாய்இருந்துச்சி கெத்தா மதியப்ர்த்து கேட்டேன் என்னவேணும்னு அவத்தன்னடக்கமா எதுவும் கேக்கல ஆனாலும் நா கேட்டேன் என்ன வேணும்னு அவளுக்குபதில் அவக்கூடவந்த எங்கத்தெரு ரூபா அலேவா வேணும்னு கேட்டுட்டா 😊

(என்னையக்கொஞ்சம் perform😊 பண்ணவிடேன்டினு நெனச்சிக்கிட்டு)

அல்வா வாங்குனேன் அப்போ ஒரு அல்வாத்துண்டு 3Rs அதனால 3 அல்வாத்துண்டு வாங்கி ரூபா இருக்காளே அவலுக்கு ஒன்னு மதி க்கு 2 னு கொடுத்துட்டேன் சண்டாலி ரூபா என்னநினைச்சாலோ அன்னைக்கு Eve எங்க Streetla எல்லாமே விளையாண்டுட்டு இருக்கும்போது இருக்குற எல்லா அக்காங்கக்கிட்டயும் மதிக்கு மட்டும் 2 கொடுத்தான் எனக்கு 1 தான் கொடுத்தான் மதிக்கும் இவனுக்கும் ஏதோ இருக்குன்னு கொளுந்திப்போட்டுட்டா👻🧟💀 அதுல இருந்தே எங்கத்தெருஅக்காங்க என்ன மதி மதி ன்னு கூப்டு கடுப்பேத்துவா Culturalsum மதி யின் காண்டும்😊:

முழு ஆண்டுத்தேர்வு முடிஞ்சிடுச்சி அடுத்து Culturals Plan பண்ணும்போது டான்ஸ்க்கு பேர்கொடுக்குறவங்க கொடுத்தாச்சி Pair a ஆடுறவங்க முன்னாடியே Parents கிட்ட Permission வாங்கிட்டுவரனும்னு டான்ஸ் சொல்லித்தர அக்கா வீட்டுல கேட்டுவரசொன்னாங்க மதி வீட்ட Boys கூட சேர்ந்து ஆட ஒத்துக்கள பிரியா வீல்ல Ok சொல்லிட்டாங்க இதுல என் தப்பு எதாச்சும் இருக்காங்க😲

டான்ஸ் சொல்லித்தர அக்கா என்னையும் பிரியாவையும் சேர்ந்து ஆட சொல்லிட்டாங்க அவ்வளவுதான் 👻சுமாவே அவ கடுப்புல இருந்தா இதுல இந்த News கேட்டதுமே (பால் முகம் கொண்ட அந்த மூஞ்சி தீஞ்சிப்போச்சி 🙂)
அவளுக்கு அவக்கூட சேர்ந்து ஆடலன்னுலாம் கவலை இல்லை அவ Friend கூட சேர்ந்து ஆடுறேன்ல அதான் செம்ம காண்டு😄😄😄
இதுல பரமசிவன் படத்திலவர உண்டியில கையில வச்ச உருமிமேளம் இடுப்பில வச்ச குத்து சாங் வேர 😄
சாங்கோட லாஸ்டு நா பிரியாவ உப்பு மூட்டை தூக்கனும் அவ்ளோதான் 😄😄😄😄😄அங்க மதி Already பொங்கிபோய்ருந்தா இதுல இந்த step பாத்ததும் அவள ஆளயேக்காணோம்😄

தீரன்

(அவங்க வீட்ல Ok சொல்லாததுக்கு நாம என்னப் பன்றது friends😊😊😄, நாமளாவா தேடிப்போனோம் அதுவா அமைஞ்சிது அது நம்மத்தப்பா😊)

வேணும்னே மதிய ப்புண்படுத்திட்டாங்க உப்புமுட்டை சரியாத்தூக்கலன்னு regarsel அதிகமாப்போயிடுச்சிவேர
Regarsel முடிஞ்சதும் மதி சொல்ற டேய் எனக்கென்னமோ நீ வேணும்னே என்ன வெறுப்பேத்தத்தான் அவள சரியாத்தூக்கலன்னு நினைக்குறேன்😊

Hey இதுலலாம வெறுப்பேத்துவாங்க மதி 😲
டேய் உன் Plan எனக்குத்தெரியும்டா நீ அவளத்தூக்குறத நா பார்க்கனும் பார்த்து வெறுப்பாகனும் 😊அதப்பார்த்து நீ ரசிக்கனும்😊😊😎😛😛 அதானே உன் எண்ணம் இருக்கட்டும் இருக்கட்டும் 😊

ஒரு வழியா சித்திரம் பேசுதடி படத்துல வர வாலமீனுக்கும் விளங்குமீனுக்கும் Songku Group டான்ஸ் Plan பண்ணுணாங்க அதுலவர மாளவிகாவா மதி ஆட கூட அவ Friendsunga ஆட கடைசியா கானா உலகநாதனா நானும் எனக்கு மைக் பிடிக்கிற Character la என் நண்பனும் ஆட Ok பண்ணிட்டாங்க அதுக்கப்புறம்தான் மதி முகம் பழையமாதிரி Bright ஆச்சி😊😎
Culturlas நாங்க நினைச்சதுப்போல நல்லா முடிஞ்சிடுச்சி நாங்க ஆடும்போது அவ்வளவு அளப்பறை நானும் பிரியாவும் ஆடும்போது மதி வெறுப்புல வெந்துபோயிருந்தா 😊😱அப்புறம் அவக்கூட வாளமீனுக்கு Song வந்ததும் sema claps visilthan அதனால மதி Cool ஆகி Bright ஆகிட்டா
அப்போல இருந்து இப்போ வரைக்குமே வாலமீனுக்கு Song ஓடுனாலே மாளவிகாவிக்காவிற்க்குபதில் மதிதான் Mindla😎 வருவா😎😊
நா 6 Th திருச்சில வேர School ல சேரப்போறேன்னு மதிக்கு முன்னாடியே சொல்லிட்டேன் So

போய்ட்டுவரேன்னு சொல்லிட்டு Pricelam Collect பண்ணிட்டு வீட்டுக்கு வந்தாச்சி 😮............

பிரிவோம் சந்திப்போம் 😊😭😍   15

மறுபடியும் மதியும் 🧍🏃தீபனும் பேசிக்கிட்டாங்களா பழைய குழந்தைக்காதல் அவங்கக்குள்ள இருந்துச்சா இல்ல காலப்போக்குல போய்டுச்சான்னு பாருங்க 😊🙂

2003 To 2006 வரைக்கும் Over ,இனி 2006 To 2009 காண Ready ஆகுங்க அதுவரைக்கும் குட்டி Break 😊📄🧍🏃🔥

2006 To 2009

ஓஹோ நான் இங்கே நீயும் அங்கே🥺:

(ஊருக்குல்ல சிங்கம் மாதிரி சீனப்போட்டு சுத்திதிரிஞ்ச சிங்கக்குட்டியை திருச்சில சீக்குவந்த கோழிப்போல அமைதியா ஆக்கிட்டானுங்க🥺)

புது ஸ்கூல் அதுவும் கிறிஸ்த்தவப்பள்ளி நல்ல ஒழுக்கத்தை கத்துக்கொடுத்தாலும் எனக்கு ஒருமாதிரி புதுசாவே இருந்துச்சி 🙁அப்புறம் Boys School வேற🙂

Side Benchla உக்காந்து மதி😍🙂 ய Sight அடிச்சி பாடம்படிச்ச எனக்கு பசங்க மூஞ்சியவே Daily பாக்க போர் அடிக்க ஆரம்பிச்சிடுச்சி அதுக்குன்னு பக்கத்துல உக்கார பையனுக்கு மதி போல கெட்டப்போட்டாட உக்காரவைக்கிறதுன்னு நீங்ககேக்கலாம் மதி அளவுக்கு அழகான😊 பொண்ணு இல்லன்னாலும் ஒரளவுக்கு மீடியமா இருக்க பொண்ணுங்கள உக்காரவச்சிரவச்சா என்னாட கொறச்சல்னு மேனெஜ்மென்ட்ட பாத்துக்கேக்கலாம்னு தோனுச்சி ஆனால் அப்புறம் daily ஊமக்குத்தா குத்துவானுங்கன்னு பயம்தான்🫢 நாள்கள் நகந்துச்சி Actually இது தீபனே க்கிடையொாது ஏதோ ஆவிப்பூகுந்த ஆள்போல இருந்தேன் ஒரு வாரம் கழிச்சி தெளிவுக்கிடைச்சது😊

கைதி 💀💀:

Bell அடிச்சா எழுந்திரிக்கணும் காலைல Studyndra பேர்ல புக்க விரிச்சிவச்சிஉக்காரணும் அப்புறம் பெல் அடிச்சா சாப்டபோபணும் அப்புறம் Prayer பன்னிட்டு சாப்டணும் அப்புறம் பெல் அடிக்கும் School போகணும் அப்புறம் Lunch

அப்புறம் மறுபடியும் School அப்புறம் புலேகிரவுன்ட் அப்புறம் Eve study அப்புறம் Dinnerஅப்புறம் Ngt study அப்புறம் தூங்கனும் இதெல்லாம் பயாங்கரக்கடுப்பா இருந்துச்சி😱😱

இங்க இப்படி இருந்தாதான் தாக்குப்பிடிக்கமுடியும்னு தெரிஞ்சிப்போச்சி சிக்கிட்டோம் தப்பவா முடியும்னு நானும் பழக்கிக்கிட்டேன்😊😊
Class Roomla உள்ள மொத்தக்கடுப்பையும் Groundla காமிச்சேன் S Football மேல பயங்கர Craze எனக்கு நாளும் என் Jimmyum டேய்லி மார்னிங் வீட்டுமெத்தைல Football விளையாடுவோம் So அந்த School la football பயங்கர famous

Footballum 🏃⚽deepanum:

ஒரெ ஒரு விஷயம் மண்டைல ஓடுச்சி Football teamla select ஆகிட்டால் Class ku போகத்தேவையில்லைன்ற விஷயத்தை பக்காவா Mindla ஏத்திக்கிட்டேன் Eve அதே வெறில Football விளையான்டேன் Plan பண்ணி Pet sir கவனத்தை என்னோட Side திருப்புற போல Seena போட்டு பால Thooki அடிக்கிறதும் கோல் போடுறதும்னு பண்ணுணேன்
நா நினைச்சதுப்போல என் பெயர்/Class a கேட்டுத்தெரிஞ்சிக்கிட்டாரு 😊Adutha naal eve Junior teamku ஆள் Select பண்ணுனாங்க நா பன்னுன Performance வாத்தி மண்டைல ஓடவே என் Classku ஆள் அனுப்பி கூப்டாரு கணக்கு வாத்திப்பார்த்து காண்டு அஆன எனக்கு Pet வாத்திக்கூப்டதும் 😎பயங்கர Gethagiduchi

நேரா Ground போனேன் வணக்கம் Sir ,
டேய் தம்பி இதுக்கு முன்னாடி Coaching போயிருக்கியாடா
இல்ல சார்
நல்லாதான்ட விளையாண்ட எந்த ஊரு
பெரம்பலூர் Districtla உள்ள ஒரு Village sir ,
Ok coach யாரு ??

யாரும் இல்ல சார் எங்களூரு பெரியப்பசங்கக்கூட விளையாடுவேன் Sir அவங்கதான் Sir கத்துக்கொடுத்தாங்க Ok good நல்லா கவனிச்சிக்கோ இப்போ Junior Team select பண்ணப்போறேன் இந்த Teamla (6,7,8)யார் வேணும்னாலும் விளையாடலாம் So Talent முக்கியம்

இப்போ ஆளுக்கு 3 penalti shot கொடுப்போம் Crct a Goal போடனும் போட்டால் Select 3 வருஷமும் நீ Teamla இருக்கலாம் 😊

7,8 thnu எல்லாமே தூக்கிதூக்கி அடிக்கிறானுங்களேத்தவிர Shoot பண்ணமாட்டேங்குறானுங்க அதுல 8 பேர Select பன்னிடாங்க

இப்போ என்னோட Turn so என்முன்னாடி பந்து என்ன சுத்தி என்னவிட பெரியப்பசங்க நக்கலா பாக்குறானுங்க Select ஆனால் 3 வருஷமும் Matchndra பேர்ல Trichy zone a சுத்தலாம் குறிப்பா கணக்கு வாத்தித்தொல்லை இருக்காது 😊😊

எல்லாத்தையும் மனசிலவச்சிக்கிட்டு 1 st ball a⚽ crct a Goalkeeper sideபாத்து அவன் right போறதுதெரிஞ்சி left side Gape பாத்து அடிச்சேன்

2 வது பால் ⚽அப்படியே வேகமா ஓடிவந்து பொருமையா Goalkeeper left side மறுபடியும் அடிச்சேன் அவன் நா Right side அடிப்பேன்னு போனான்So ஏமாந்துட்டான்😄Again goal🏃⚽

3 வது பால் ⚽இந்தப்பொடியையன் அடிப்பானா மாட்டானானு எல்லாமே பாத்தானுங்க 2 Goalum உருட்டி அடிச்ச நான் 3 வது கோல் தைரியமா தூக்கி Post cornerla cut ஆகுறப்போல மறுபடியும்Left a gape பாத்து அடிச்சேன் Pavam goal keeper வெறுத்துட்டான்😄Na rightla அடிப்பேன்னு நினைச்ச எல்லாருக்குமே நான் Left side Gape பாத்து உருட்டி அடிக்காம தூக்கி அடிச்சது Shocthan😄⚽

அப்புறம் என்ன 6 th laiye Junior team la select ஆகிட்டேன் பசங்கமுன்னாடி Gethuthan 😊😄

அந்த 7 th 8 th Standard Senior பசங்க அதுகப்புறம்தான் என்ன வச்சி செய்யவே ஆரம்பிச்சானுங்க எனக்கு பால் பாஸ் பன்றதில்ல எண்ட பால் வந்தாலே வேணும்னே பாஸ் கேட்டு புடுங்கிடுவானுங்க கீழக்குட தள்ளிவிட்ருக்கானுங்க 😲 Politics கூட தெரியாத எனக்கு Politicsna என்னனு அழகா புரியவச்சானுங்க இது எல்லாத்தையும் மாஸ்டர் பாத்துட்டேயிருந்துட்டு கடைசியா Game Endla கூப்டு எல்லார்டையும் ஒன்னு சொன்னாரு Team A விளையாடுறோம்னு நினைச்சா பத்தாது Teamkaga விளையாடவும் செய்யனும் Selfish game a Stop பண்ணுங்கடா பரதேசிங்ளானு கத்திட்டாரு 😊

அதுக்கப்புறம் எல்லாரும் நல்லா பழகஆரம்பிச்சானுங்க , sports playersku anga செம்ம டிமான்டு 6 Thla வந்த Match அப்போ என்ன Substitute a போட்ருந்தாங்க அதுக்கு உண்டான காரணத்தையும் சொன்னாறு இப்போ Game a நல்லா பாரு தம்பி அடுத்த வருடம் நீ உள்ள விளையாடனும் அதுக்கு இப்போ Game பார்த்தாதான் புரியும்னு சொன்னாரு நானும் பார்த்தேன் புரிஞ்சிக்கிட்டேன்

முன்னாடிக்கூட கொஞ்சம் படிச்சேன் இப்போ சுத்தமா படிக்கிறதே இல்லை Parents meeting apo அம்மா அக்காலாம் வந்து கிழிகிழின்னு கிழிச்சாங்க Mathsla மட்டும் Fail ஆகிட்டே இருந்தேன் பாஸ் ஆகவே இல்ல கால் /அரையாண்டுல பாஸ்பண்ணிட்டேன் மத்த மிட்டம் Testla Fail than ஆனாலும் 6 Th கொஞ்சம் Heavy a படிச்சி பாஸ்பன்னிட்டேன்

6 thla காலாண்டு முடிஞ்சதும் ஊருக்கு போறேன் மதி வீட்ட Cross பண்ணுணதும் அத்தனை நாள் பார்க்காததால அவ இன்னும் அழகா தெரிஞ்சா பார்த்து சிரிச்சா நானும் சிரிச்சிட்டே வீட்டுக்கு போய்ட்டேன் வீட்6டுக்குல்ல போறதுக்குல்ல Jimmy ஓடிவந்து என்மேல தாவி பாசத்தைக்காட்டுனது என்னல இன்னும் மறக்கமுடியல நான் இல்லாதப்போ என் அப்பாவுக்கு பயங்கர காவலா இருந்துச்சாம் Jimmy 😍🐕நா இருந்தால் என்னவிடமாட்டான்

தீரன்

நா இல்லாததால எங்கம்மா எங்கப்போனாலும் பின்னாடியே போவானாம் 👻
எங்கம்மா என்பேர சும்மா சொல்லிக்கூப்பிட்டால் கூட எட்டி எட்டி பார்த்தானாம் 😍👻

அடுத்தநாள் சைக்கிள் எடுத்திட்டு மதிவீட்டுக்கு பக்கத்துல உள்ள பால்பண்ணைக்குபோய்ட்டு பால் வாங்கிக்கிட்டு மதியோட பால் முகத்தைபார்க்கலாம்னு போன எனக்கு ஏமாற்றம்தான் மதி அவங்க சித்தப்பா வீட்டுக்கு போய்ட்டாலாம் சரி விக்கிய பார்க்கலாம்னு போனேன் பேசினேன் அவளப்பத்திக்கேட்டேன் சொன்னான் அப்புறம் காலாண்டு லீவ் போய்டுச்சி .... 😮

இப்படியே நா திருச்சிலயும் அவ ஊர்லயும் இருந்தா 6 th போய்டுச்சி .....

கோடையும் கும்மாளமும்😍😊🏃‍♀️🏃:
மதி வீட்டுக்கு பக்கத்துல உள்ள பம்புசெட்லதான் Groundla விளையாண்டுட்டு குளிப்பேன் அதுக்கு காரணம் மமதியப்பார்க்கும்போது இன்னும் குளிர்ச்சியா இருக்கும் அதான்😍

கடைக்கு எங்வீட்டுக்குப்பக்கத்துலதான் சைக்கிள்ள மதி வந்து மளிகைப்பொருள் வாங்கிட்டு போவா அவ வரதப்பார்க்கனும்னு கடைக்குப்பக்கத்துலபோய்ட்டு உக்காந்திடுவேன் நல்ல வேளை அப்போலாம் நான் சின்னப்பயனு என்ன யாரும் வாட்ச் பண்ணல😄அது எனக்கு வசதியாப்போச்சி

Computer classum காதலும்😃:

Computer class வப்பாங்க விருப்பம் உள்ளவங்க பணம் கட்டி சேந்துக்களாம் நா போறதே Game விறையாடுறதுக்கும் Ms wordla Design பண்றதுக்கும்தான் 😃அப்போ வேணும்னே Classku சீக்கிரம் a வந்து வாசல்ல மதிக்குப்பக்கத்துல இருக்க Systemla உக்காரதுக்குல்ல நா பட்டபாடு இருக்கே(அது என் Cyclekuthan தெரியும்)😃
இப்படி ஒரு கோடைலாம் வரம்தான்க Againlam கிடைக்காது😃

(தெரியாம Mouse வேளைசெய்யலன்னு மதியோட Mouse a புடுங்கி Test பன்றசாக்குல மதி கையதொடுறதுன்னு ஒரே கூத்தா இருக்கும்😃🙂)
கரண்ட் அடிச்சாக்கூட அப்டி ஒரு Feel வராதுங்க மதி கை பட்டதும் அப்டி வரும்😃....

அந்த Puppy Love என்னைக்குமே மறக்காதுங்க😊🙍

7 th start agiduchi ....adutha part படிக்கவும்

7 வதும் 7 ½ யும் :😟

7 th start ஆகிடுச்சி நா திருச்சி போய்டேன் School நல்லாப்போச்சி வர வர மாமியா கழுதப்போல ஆனக்கதையா படிப்புல மந்தமாகிட்டேன் 😟
Matchku Ready ஆகிட்டு இருந்தோம் இது என்னோட முதல் Match so பயங்கர Energytic இருந்தேன் இருங்களூர் Donbosco school la Match
(st.xaviers vs donbosco First match)
Donboco Groundla avlo GirlS சுத்தி Match பாக்குறாங்க பயங்கர Claps அவங்களுக்கு,

தீரன்

நாங்கவேர Match ஆட அவங்க school போயிருந்தோம் So மும்பைல மாட்டுன Chennai super kings pola எங்க Match இருந்துச்சி
அடிக்கிற வெயிலுக்கு எங்களங்கயோ சுடுது

எல்லாமே பயங்கர Height a இருந்தானுங்க 10 Th படிக்கிறபசங்கப்போல இருந்தானுங்க😲இருந்தாலும் விளையாண்டோம் அவனுங்களுக்கு ஈடு கொடுத்து First half யாருமே கோல் போடல

Second half start ஆச்சு எல்லாமே தள்ளிவிட்டு தள்ளிவிட்டு விளையாடுறானுங்க நாங்க நல்லாவே சோந்துபோய்ட்டோம் 🥹பாவம் Pet வாத்திக்கெடுப்பாயிட்டாரு எல்லாரும் Postku மேல தூக்கி அடிச்சி பால WaSte பன்னிடானுங்க Pssing பன்னாம Selfish game விளையாட ஆரம்பிச்சிட்டானுங்க 🥺

எப்போட எண்ட பால் வரும்னு Wait பன்னுனேன் அங்க இருந்து ஒரு Pass வந்துச்சி இதான்டா உன் Timenu பால cut பன்னி எடுத்துட்டுபோறேன் அந்த Team Backier மாடுபோல இருக்கான் என்னதள்ளுனான் Refree பார்க்காத நேரத்துல உட்டன் ஒரு அடி அப்டியே அமைதியாகிட்டான் Goal post a பாத்து ஒரு Shoot பன்னுனேன் Almost .அது கோல்னு எதிர்ப்பார்த்தோம் (எங்கயோ போனமாரியாத்தா என்மேல வந்து ஏறாத்தான்ற கதையா)என் Team ஆளே Heading சரியாக்கொடுக்காம Ball out ஆகி வெளில விழுந்திடுச்சி😲

எனக்குன்னே வருவீங்களாடா 😲
நாங்க கோல் போடுற சான்ஸ்ம் போச்சு அடுத்த பத்து நிமிஷத்துல அனுங்க கோல் அடிச்சி வின் பன்னிட்டானுங்க 😊

அந்த நேரத்துல நாங்கதோந்ததுக்கூட பெருசா தெரியல அவ்ளோ Girls முன்னாடி இப்டி தோந்துட்டோமேனுதான் கவலையே🥺

1 வருடம் Wait பண்ணிவிளையாண்ட Match da அதுல மன்னல்லிப்போட்டுடிங்களேடான்ற கடுப்பு எனக்கு 😮
Pet வாத்தி யார்ட்யுமே பேசல கடுப்புல பஸ் காசுக்கூட கொடுக்காம போய்ட்டாரு அப்புறம் காசு எல்லார்டையும் Share பண்ணி school போய்ட்டு சேர்ந்தோம்

பிஞ்சு மனசு செத்துப்போச்சி😰:

அந்த Timela Hostel warden roomku எனக்கு ஒரு கால் வந்துச்சி தீபன் அப்பா Foreign la இருந்து வந்திருக்காரு தீபன் கிளம்பி ஊருக்கு வரசொல்லுங்கன்னு 😄
2 Nd standard அப்போ அப்பாவ பார்த்தது அதுகப்புறம் 7 Th la பார்க்கப்போறோம்னு ஆசையா போன எனக்கு கடவுள் அந்த சின்னவயசுல அவ்ளோப்பெரிய சோதனை ஏன் கொடுத்தார்ன்னு இப்போவரைக்கும் தெரியலங்க 😰🙏

பாகம் 5 ல பாருங்க பிஞ்சு மனச உடஞ்சுப்போனத 💔.......

பாகம்: 5

கண்ணனுக்கு காத்திருந்த அதிர்ச்சி 😨:

என்னோட அப்பா இப்படி இருப்பாரு அப்படி இருப்பாருன்னு யோசிச்ச எனக்கு அவர Wheelchair la உக்காரவச்சி இதான் உங்க அப்பான்னு சொன்னாங்க

இது என் அப்பா இல்ல நீங்க பொய் சொல்றிங்கன்னு வெளியே ஓடிட்டேன் அப்புறம் என் அம்மா என்னக்கூடு அழுதுட்டே நிஜமாவே இதான் சாமி உங்க அப்பா மாடில இருந்து யாரோ கீழ தள்ளிவிட்டுடாங்களாம் அதனால கோமாஸ்டேஜ்போய்ட்டாரு அப்பாவ மதிச்சிநடப்பா என்ன இருந்தாலும் உன் அப்பாடான்னு சொல்றாங்க 😢

இந்த பிஞ்சு மனசுஅந்த நொடில இருந்தே வாழ்க்கைல இப்போ வரைக்குமே கொஞ்சம் அடங்கிதான் இருக்கு

அப்பா சரியில்ல அம்மா வளர்த்த வளர்ப்பு தப்பாகிடக்கூடாதுன்னு வாழ்க்கை பல விஷயங்கள்ள நா கொஞ்சம் இல்ல ரொம்பவே உஷாரா இருந்தேன்

அப்பா Crct இருந்தா ஆயிரம் தப்பு செஞ்சாலும் வெளில வந்திடலாம் அப்பா சரியில்லனா சின்னதப்பு செஞ்சாலும் வச்சி செஞ்சிடுவானுங்க😨இதுகப்புறம் அம்மா என்ட

வாழ்க்கையோட பாதி விஷயத்தை எனக்கு அப்போவே எடுத்து சொன்னாங்க 🙁எல்லாத்தையும் மமனசில வச்சிட்டு படிச்சி பாஸ் பன்னிட்டேன் 7 Th முடிச்சதும் 8 Th திருச்சில படிக்கவேண்டாம் நம்ம ஊரு ஸ்க்கூல்ல படிக்கவைக்க அம்மா ப்லான் பன்னுனாங்க

நானும் சரின்னு சொல்லிட்டேன்

எல்லாகோடை விடுமுறையையும் குதூகலமா கழிச்ச எனக்கு இந்தக்கோடை எனக்கு குத்துயிராப்போச்சி மதியப்பார்க்கவும் இல்ல அதுக்குக்காரணம் அந்த ஆந்தக்கண்ணன்தான் 😊வச்சான்பாருங்க ஆப்பு 😊

சும்மா இற்றா நானே நொந்துப்போயிருக்கேன்🙂🙏:

Tutionla kiss அடிச்சதப்பார்த்தான்னு சொன்னேன் பார்த்தீங்களா அத 7 th பாதில பாதிப்பேருக்கிட்ட சொல்லிட்டான் அவன் தெரிஞ்சி சொன்னானா இல்ல தெரியாம சொன்னானு இன்னும் எனக்கு புரியலங்க இந்த ஆந்தைக்கண்ணன் அவனால என்னப்பன்னமுடியுமோ அதை அழகா பன்னிட்டான்😲

பிரியா என்கிட்ட வந்து மதி இனி உன்டப்பேசமாட்டாலாம் நீயும் அவக்கிட்ட பேசக்கூடாதாம்னு சொல்லிட்டு போய்ட்டா பிரியாக்கிட்ட எப்படிசொல்லுவேன் நா 8 th படிக்கப்போறதே உங்க எல்லார்க்கூடையும்தான்னு

அப்டிங்குறத மனசிலவச்சிக்கிட்டேன் Tc வாங்கிட்டு எங்க ஊர்ல உள்ள பெரியஸ்க்கூல்ல நா சேர்ந்துட்டேன்
(என் அக்கா சஉவளோட 6, 7, 8 லாம் இங்கதான் படிச்சா So இங்க உள்ள எல்லா Staffskume என்னய நல்லாத்தெரியும் என் அக்கா அவளோட Classkulam என்னத்தூக்கிட்டு போயிருக்கா Bubbly a இருந்ததால எல்லாமே Kiss 😋🐵கொடுத்து கொஞ்சிவாங்கலாம் ரேவதியோட தம்பிதான் தீபன்னு அப்போ Form ஆனேன்)

8 வதும் 8 வது விதமான ரகளைகளும் :

தீபன் மதியப்பார்க்குறதுக்கு அவ படிக்கிற ஸ்க்கூலுக்கு அவளுக்கே தெரியாம Firstday வந்திருக்கான் மதி அவன பார்த்தாலா இல்லையா????

மிதியப்பார்க்கனும்ம்னு தவியாதவிச்ச நான் மதியப்பார்த்துட்டேன் ஆனால் அவ என்மேல கோபமா இருந்தா

Ignore பன்றாங்களாம்😊😔:

(பின்ன இல்லாமலா இருப்பா 😊அவ Kiss கொடுத்ததே பெரிய விஷயம் அத இந்த ஆந்தைக்கண்ணன் அவ Class ல பாதிபேர்க்கிட்ட சொல்லிட்டான் இதுல நாவேர அவ ஸ்க்கூல்ல Join பன்னிட்டேன் அவ Class வேர 😊இனி என்னெல்லாம் நடக்கப்போகுதோ😨)

அவ என்னப்பார்ப்பா பார்த்ததும் Wow எனக்காக Schoollam மாறிட்டியா Wow அப்டினு சொல்லுவா அத வச்சே அவக்கூட பழையப்போல சேர்ந்திடலாம்னு நினைச்சேன்😍😛

அவ என்னக்கண்டுக்கவேயில்லை தெரியுமா???😨

ஆனாலும் மனம்தளராமல் Classku போனேன் பழைய 5 th Classla என்க்கூட படிச்சப்பசங்க எல்லாமே என்ட நல்லா பேசினாங்க அவளைத்தவிர

அதுக்கப்புறம் அவ என்னய எதிரிப்போல பார்க்க ஆரம்பிச்சிட்டா நானும் அவள அப்டியே Face பண்ண ஆரம்பிச்சிட்டேன்

உனக்கே அவ்ளோ இருக்குன்னா எனக்கும் அவ்ளோ இருக்கும்😊😊:

அவ அவளோட Gangeodavum நா என் Gangodavum சுத்த ஆரம்பிச்சிட்டோம் 😊,ஆனாலும் அவளப்பத்தி யாராச்சும் எதாச்சும் தப்பா பேசிட்டால் செமக்கடுப்பாகிடும் எனக்கு 😊அவளும் அப்டித்தான்

இப்டியே 8 Th போய்ட்டே இருந்துச்சி பேச்சிப்போட்டி Competation வந்துச்சி பாரதியார்ப்பத்தி பேசனும்

தீரன்

அதுவரைக்கும் 6, 7 Th nale திவ்யா ன்னு ஒரு பொண்ணுதான் Price அடிக்கும் So நா எந்த Intrestum இல்லாமல்தான் இருந்தேன் உடனே மதி என்னஉசுப்பிவிட்றப்போல என் Frnd திவ்யாவ பேச்சுப்போட்டில யாரும் ஜெயிச்சதில்ல 5 Th பேசினதெல்லாம் சப்ப Matter முடிஞ்சா உன் Frnd a இப்போ பபேசி Win பன்னசொல்லுடாபார்க்கலாம்னு விக்கி கிட்ட சவால் விட்டுட்டு போய்ட்டா

அவன் என்ட வந்து சொல்லிட்டான்
எனக்கு தலைக்கு மண்டக்கனம் ஏறிக்கிச்சி
கொப்பன்மவளே விடுவனா உன்ன நானும் பொங்கி எழ ஆரம்பிச்சிட்டேன்

சூராவளியும் சுனாமியுமாக சொற்பொழிவில்📢🎤🏃🏃: ங்கொக்கமக்கா நம்மளயே பேசவைக்கனும்னு பாத்திட்டா விடுவோமா நாங்க 😊

Practise pics😊

பேசித்தான்டா இவப்பேசின பேச்சுக்கு இவளப்பேசாம ஆக்கிடனும்னு நான் Fix ஆகிட்டேன் But பேசுறதுக்கு நா Ready நல்ல Powerfull ana 👊📄content எழுத ஆள் வேணும்ல நம்ம எப்படி பேசினா Price வரும்னு தெரிஞ்ச ஒரே ஆள் வேர யாரு என் அக்காதான்😍😊

அக்கா ஒரு உதவி பேச்சுப்போட்டில Join பண்ணிருக்கேன் Prize அடிச்சே ஆகனும் So நீ எழுதுனா நா Price அடிச்சிடுவேன்னு சொன்னேன்
அவ முடியாதுன்னு பிகு பன்னுனா
அவள எப்படி Crct பண்ணும்னு எனக்கும் என்ன எப்படி Crct பண்ணும்னு அவளுக்கும் தெரியும் :
இப்போ வரைக்குமே எங்க இரண்டு பேருக்கும்ஒருத்தர்க்கிட்ட இருந்து ஒருத்தருக்கு எதாச்சிம் வேணும்னா கூச்சப்படாம கைல எடுக்கிற ஒரே தாராகமந்திரம்😄😊

தாரகமந்திரம்:

அக்கா தம்பி வேணும்ணு 1 வாரம் சோறுத்தண்ணி இல்லாம புரட்சி பண்ணி இந்தப்பூவுவலகிற்க்கு என்ன வரவட்சியே அத மறந்திட்டியா??🫢🫢

சரிடா எழுதுரேன் எழுதித்தொலையுரேன் ஆமா என்ன துரை 2 வருடம் கழிச்சி பேச்சிப்போட்டிலலாம் கலந்துக்குறிங்க என்ன விஷயம் ??சொன்னால் எழுதுவேன் இல்லனா எழுதமாட்டேன்

(K.v.ஆனந்துக்கு/A.R. முருகதாஸ்க்கு) ம் Harrisjeyaraj music எப்படியோ மணிரத்னத்துக்கு இளையராஜா A.r rahman music எப்படியோ வெற்றிமாறன் கு (ஜீ. வி . பிரகாஷ்க்குமார்/சந்தோஷ்நாராயணன்) MusiC எப்படியோ அதுப்போல அன்பா இருந்தாலும் ஆப்பா இருந்தாலும் அக்காவும் நானும் Plan பண்ணி Join பண்ணுனால் அது
Successthan
Seri vishayathuku varen

(Roya challenge போல மதி Challenge)ka
ஆமாக்கா அவ ரொம்ப என்ன சீண்டிப்பார்த்துட்டா அவளுக்கு இந்த வாயாளப்பேசியே வயித்தெறிச்சல் படவைக்கனும் 😊😔😊🪶

Royal challenge போல🪶 மதி Challenge:
Ngt fulla a என் அக்கா Semesterக்கு படிக்க நா பேச்சிப்போட்டிக்கு படிக்க ஒரு வழியா Expressionslam மேட்ச்ப்பன்னி பேசிக்காட்டிட்டேன் என் அக்கா நான்தான் First prize வருவேன்னு சொல்லிட்டா
ஆனால் நம்ம பேசியே ஆகனும்ல காலை பொழுது வந்துச்சி கம்பீரமா போனேன் Eve 3 மணிக்கு பேச்சிப்போட்டி .

தீரன்

அதுவரைக்கும் மதியும் மதி And co வும் பண்ணுன சேட்டை இருக்கே அப்டியே கூந்தல இ ங்குட்டும் அங்குட்டும் டங்கு டஙேகுன்னு ஆட்டுறாளுங்க வாய கோனிகோனி காட்றாளுங்க 😏 பொண்ணுங்ஙள ஓயாம ரசிக்கிற எனக்கே கடுப்ப கெளப்பிட்டாலுங்க😏………

கட்டுக்கடங்காத கூட்டமும் காளையின் கனல்ப்போன்றப்பேச்சும்🔥🎤📝:

திவ்யா பயங்கரமா பேசிட்டு போய்ட்டா அவளுக்கே Tough கொடுக்கனும் Girls side 8 பொண்ணுங்க இங்குட்டு நா ஒருத்தன் Litea டர் ஆகிடுச்சி ஆனாலும் ஒரு Confidence மதி யா நானா அப்டினு 😉

So அவ்ளோ பசங்க அவ்ளோ பொண்ணுங்க எல்லாமே Encourage பன்றாங்க நேரா Stage போனேன்

நெற்றிக்கண் திறப்பினும் குற்றம் குற்றமே எனக்கூறும் நடுவர் அய்யா அவர்களுக்கும் 😉😍இங்கு என் பேச்சைக்கேட்பதற்க்கே கூடி இருக்கும் மாணவ மணிகளுக்கும் ஆங்கிலமே பெரியது என பெருமைப்பீற்றிக்கொண்டிருக்கும்

(English வாத்தி Tention ஆகிட்டான்😊) அர்ப்ப பதற்களுக்கும் என் அசுரத்தனமான் வணக்கத்தைத் தெரிவித்துக்கொள்கிறேன்😉

பாரதியின் தாக்கம் இன்றி இத்தமிழகத்தில் யாரேனும் உண்டா??? இதோ இப்போது எனைக்கண்டால் கூட ஒரு மீசை இல்லாத பாரதி உங்கள் முன் உரையாடுவதுப்போல தோன்றும்😉

Mind voice ☹Girls gang பயங்கரமா கத்த ஆரம்பிச்சிட்டாங்க WorkOut ஆகுது Workout ஆகுது 😍😉)

ஆம் நான் சற்று பாரதியின் ஆவி புகுந்தார்ப்போல் இப்பொழுது தெரிவேன் அதற்கு காரணம் அய்யா அவர்களின் வீருக்கொண்ட எழுத்துகளே

நான் ஒன்றும் சும்மா சொல்லவில்லை நண்பர்களே ஒருவனால் முடியவே முடியாது என ஒன்று இருந்தால்க்கூட பாரதியின் பாடல்வரிகளை அவனிடம் சொல்லுங்கள் அவன் ஆர்ப்பரித்து அதை செய்துமுடிப்பான் இந்த 2008 லே பல பெண்மணிகள் வேளையும் செய்துக்கொண்டு வீட்டையும் கவனித்துக்கொண்டிருக்கிறார்கள் அவ்வளவு ஏன் நமது நடுவற் பிரிவில் அமர்ந்திருக்கும் நமது பாரதிக்கண்ட புதுமைப்பெண்ணாகிய கலையரசி ஆசிரியை கூட ஒரு நவீனபாரதிக்கண்ட புதுமைப்பெண்தான் 😍🙂

Whole school அந்த ஒரு கனம் நா போட்ட நங்கூர பிட்டுக்கு நச்சின்னு கத்த ஆரம்பிடுச்சி இது போன்ற ஏராளமான உவமைகளை உநேகளிடம் சொல்லக்கடைமைப்பட்டுள்ளேன்

நாளடைவில் எனதுப்பெயரை பாரதி என மாற்றிக்கொள்ளும் மோகம் கூட எனக்குப்பிறக்கலாம் ஆனால் எனது அம்மா எனக்கு அனுமதி வழங்கமாட்டார்கள் என்ற காரணத்தினால் அதை இப்பொழுதி பேசிப்பயனில்லை ஆம் அப்படி உள்ளது பாரதியின் தாக்கம் 😎 என்னுடன் சேர்ந்து இப்பாடலை பாடுங்கள் தயவுக்கூர்ந்து

அச்சமில்லை அச்சமில்லை அச்சமென்பதில்லையே , இச்சகத்து ளோரேலாம் எதிர்த்து நின்றபோதிலும் அச்சமில்லை அச்சமில்லை அச்சமென்பதில்லையே , துச்சமாக எண்ணி நம்மை தூறுசெய்தபோதினும் அச்சமில்லை அச்சமில்லை அச்சமில்லை அச்சமென்பதில்லையே , பிச்சை வாங்கி உண்ணும்வாழ்க்கை பெற்றுவிட்டப்போதிலும்

தீரன்

அச்சமில்லை அச்சமில்லை அச்சமென்பதில்லையே
, இச்சைக்கொண்டே பொருளேலாம் இழந்துவிட்டபோதிலும்
, அச்சமில்லை அச்சமில்லை அச்சமென்பதில்லையே

இவ்வாறு நா பாடி முடிச்சேன் அப்போ சொன்னேன் இந்தப்பாடல் பாட ஆரம்பிக்கும் முன்னாடி வரைக்குமே நீங்கள் எங்கெங்கயோ கவனத்தை சிதறவிட்டு இருக்கலாம் நா பாட ஆரம்பிச்சதும் உங்கள பாட சொன்னதும் அகிலமும் அரங்கமும் அதிரும் தொணியில் பாடுனீர்கள் அல்லவா அப்பொழுதே பாரதி உங்கள் அனைவரின் உள்ளேயும் வந்துவிட்டார் 😩

ஆகையால் வாய்ப்பை என்றுமே பாரதியின் வீருக்கொண்ட வார்த்தைகளைப்போல எண்ணி வெற்றிபெரும்படி செய்யுமாறு கேட்டுக்கொண்டு உங்களிடமிருந்து விடைபெருகிறேன் நன்றி வணக்கம்😍🙏

உங்களுக்கே தெரியும் வெற்றி யாருக்குன்னு😊😩👌🔥....

பரிசுஅறிவிச்சாங்க

தமிழ் ஆசியர் கூப்பிடுறாரு வா ப்பா பாரதிக்கண்டபுதுமை நண்பா 😃😊தீபன்

மதி And co team மூஞ்செல்லாம் தொங்கிப்போச்சி , விக்கி அப்பபுறம் என்னோட And co எல்லாம் செமையா செஞ்சிடானுங்க 😄

மதி To me : வாழ்த்துக்கள்டா வாய் இல்லனா நாய்க்கூட மதிக்காதுன்னு Proof பன்னிட்ட ok Enjoy ன்னு சொல்லிட்டு சிரிச்சி. டே பொய்ட்டா 😃😊😊😄.....

நா பட்டிமன்றம்லாம் முன்னாடியே பார்த்திருக்கேன் அப்புறம் ஒரு விஷயம் மண்டைல ஓடுச்சி Class roomlathan பேசக்கூடாது பேச்சிப்போட்டில சும்மா பேசித்தள்ளிடணும்

பேசிப்பேசியேதான் Dmk/admk நம்மள Rule பன்னிட்டு இருக்காங்க So பேசனும் சமயம்பார்த்து பேசியே ஆகனும்😎🖊🗒.....

காலாண்டு ஒரு பாவச்செயல் அரையாண்டு ஒரு மனிதத்தன்மையற்ற செயல் :

இப்படி இறக்கமே இல்லாம எங்கள லாக்பன்னி படிக்கவச்சி ஒரு வழியா பஸ் பன்றதுக்குல் பாவம் இந்த Teachers பரலோகம் போய்டுவாங்க போல 😄😄😄😄

Examslam முடிஞ்சிடுச்சி அந்த பேச்சுப்போட்டிக்கப்புறம் அவ சிரிக்கிறா அப்போ அப்போ பேசுறா

My mind: (ஏதாச்சும் Proof பன்னுனாதான்யா நம்மள Hero va ஏத்துக்குறாளுங்க இந்தப்பொம்பள பிள்ளைங்க இறுக்குறாளுங்களே ரொம்பத்தெளிவு தான்போல 😮)

எல்லாமே நல்லாதான் போச்சி இந்த வேதாளம் முறுங்கைமரம் ஏறுவதுப்போல அப்போ அப்போ அவளும் ஏறுவா நானும் அவள Crct பண்ணி Crct பண்ணி அத்த 8 Th standard a ஓட்றதுக்குல்ல நா பட்டப்பாடு இறுக்கே 😣😣கஷ்டம்தான்

டோரா ரசிகர் மன்றத்தலைவர் :

அந்த School Time ல மதிய விட அழகா என் கண்ணுக்கு தெரிஞ்சது Dora தான் Yes நா ஒரு டோரா வெறியன் School போயிட்டு வந்தால் ஜெஸிகா show school போறதுக்கு முன்னாடி டோரா ன்னு ஒரே Busy schedule a சுட்டிடிவி பார்ப்பேன்

இதனாலயே டோரா Name அ வச்சி எனக்கூட்டு கலாய்ப்பானுங்க Even மதிக்கூட கடுப்பாகிட்டா டோரான்னுலாம் கூப்பிட்டுறுக்கா

என் schooldaysla டோரா பார்த்து Sight அடிக்காத Dayse இல்லனா பாத்துக்கோங்களேன்

மாப்பிள்ளைக்கு டோரா மேல அப்டி ஒரு வெறி

பொங்களோ பொங்கள் :
ஜனவரி மாதம் பொங்கல் கலைக்கட்டும் யார் யார் எவ்ளோ போட்டில ஜெய்ச்சிருக்கோம் அப்டிங்குறதுதான் கெத்தே

நான் இந்த ஓட்டப்ந்தயம்லாம் ஓடி Time waste பன்னமாட்டேன் ஏன்னா எனக்கு அதெல்லாம் வராது

சாக்கு ஓட்டம் , தவளை ஓட்டம் , Slow cycle race ,speed cycle race ,பாட்டுப்போட்டி , கபாடி , நீளம்தாண்டுதல் , உயம்தாண்டுதல் இதிலேல்லாம் தட்டித்தூக்கீடுவேன்

மதியும் அதுக்கு சளிச்சவலில்ல Running race ,Lemom spoon ,music chair ko ko எல்லாமே அவளும் Equal அ Price அடிப்பா

Speed 🚲💨cycle race :

இது தான் பயங்கர கெத்தா நடக்கும் 4 Km cycle ஓட்டணும் Video camera எடுப்பாங்க ஊரு பஞ்சாயத்து போர்ட் Tv ல எல்லார் முன்னாடியும் Telecaste பன்னுவாங்க அதுல ஜெயிக்கனுங்குறதுதான் எனக்கும் வெங்கட்டுக்கும் வெறி

இரண்டு பேருமே பயங்கரமா Tough கொடுப்போம் Normal dayslaiye போட்டின்னு வரும்போது பயங்கர வெறில இருக்கோம் எல்லாரும் பக்கத்து ஊரான புதுப்பேட்டைக்கு அவங்க அவங்க Cycle எடுத்து போகசொல்லிட்டாங்க முன்னாடியே சொல்லிடுவாங்க Timinglam So சாப்டமாட்டேன் தண்ணிக்குடிக்கமாட்டேன் ஐப்பல் போடமாட்டேன் Cycle la காத்து Chainlam check பன்னியாச்சி Kandipa ஜெயிச்சாகனும்ணு வெறி 💨இதுல Beauty என்னென்னா மதி வீட்டத்தாண்டிதான் வின்னிங் பாயிண்ட் இருக்கும் Mikelalam announcement பன்னுவாங்க மொத்த ஊரே கைத்தட்டும்னா பார்த்துக்கோங்களேன்

பெரியப்பசங்க Two wheeler எடுத்துட்டு எங்களுக்கு முன்னாடி நகரு நகருன்னு கத்திக்கிட்டே horn அடிச்சிட்டே போவாங்க முன்னாடி போர Two wheeler ஆளுங்க யாரு First வருவாங்கன்னு Mikela ஈள்ளவங்கக்கிட்ட சொல்லுவாங்கை அவங்க Mikela நம்ம பேர சொல்லுவாங்க so இப்டி மாறி மாறி நம்ம எள வெறி ஏத்துவாங்க ...போட்டி Start aachu

வெங்கட்டும்💨 தீபனும்:

2 பேருமே அடிக்கடி சண்டைப்போட்டுப்போம் இதுல Cycle race சொல்லவா வேணும் இதுல ஜெயிச்சாதான் 2 பேர்ல யாரு Gethunu proof ஆகும் 😊

தீரன்

போட்டி Start ஆகிடுச்சி இரண்டு பேருமே மூச்சக்கட்டி படல ஏறி அடிக்கிறோம் .... Fire 🥚 ஆகுது

நானும் அவனும் Equal a போறோம் அவன என்னவிட Heightu நல்லா பெடல் போடுறான் என்னால முடியல ஒருகட்டத்துல 2 வது கிலோமீட்டர்ல என்னய பின்னுக்கு தள்ளிட்டு அவன் முன்னாடு போய்ட்டான் Bikela போறப்பசங்க Mike la அவன்பேர சொல்லிட்டாங்க எனக்கா வயித்தெறிச்சல் அவன் பேர சொல்லிட்டாங்களே மதி அதக்கேட்ருப்பாலேன்னு

உடனே ஏறி பெடல மிதிக்கிறேன் .....

உயிரேப்போனாலும் ஒக்காளி பெடல் மிதிக்கிறத விடக்கூடாதுன்னு மாங்கு மாங்குன்னு மிதிக்கிறேன் இன்னும் 1 Km ல மதி வீடு வந்திடும் கெத்தா நம்ம முன்னாடி போகனும்னு வெறில மிதிக்கிறேன்
ஒரு வழியா அவன நெருங்கிட்டேன் வளர்ந்துக்கெட்டவன் மாடுப்போல மிதிக்கிறான் ஒரு விஷயம் ஓடுச்சி மதிப்பார்ப்பா அதுக்காச்சும் முன்னாடி போகனும்னு போறேன் போறேன் ஒரு கட்டுல நா அவன் மிந்திட்டேன் பேய் துரத்துற Feelingla புயல விட வேகமா போறேன் Mike ல என் பேர சொல்றாங்க வெங்கட்ட முந்தி தீபன் முன்னாடி வந்திட்டு இருக்கான்னு

மதி வீட்ட Reach ஆகுற வரைக்குமே அவன் வேகமாதான் வந்தான் யானைக்கும் அடி சருக்குங்குற கதையா அவன் Cycle chain கழன்டிக்கிச்சி 😆😆

கும்பிட போனதெய்வம் குறுக்கே வந்ததுப்போல நா Relax a அப்புறம் scene a போட்டு என்னமோ உயிர்ப்போற Rangeku அவமுன்னாடி பெர்மார்ம் பன்றேன் அவப்பார்த்து சிரிச்சதும் Cycle Automatic a speed ஆகுது அப்போதான் நினைச்சேன் சனியம்பிடிச்ச எனர்ஜி அவசிரிச்சதும் தறிக்கெட்டு உடம்புக்குல வந்திடுச்சின்னு Style a

கோட்டத்தாண்டி side a skit அடிச்சேன் என் வாழ்க்கைல மறக்கமுடியாத Race அது

மதி கோகோ விளையாடும்போது நா அவள Sight அடிச்சி Out ஆகிடாதன்னு Encourage பன்றதா இருக்கட்டும் நா கபடி விளையாடும்போது அவ Encourage பன்றதா இருக்கட்டும் கண்ணாலயே காதல கட்டுக்கடங்காம பறிமாறிக்கொண்ட நிகழ்வு

(காதல்ல ஏதுங்க Puppy love Maturity love காதல்னாலே ஒரு நிகழ்வில் உள்ள கற்ப்பனை உலகம்தானே 😍😗)

: மாரியம்மன் கோவில் திருவிழாவும் Archestra வில் நடந்த சம்பவமும்👻:

மதி முழு வில்லிப்போல மாறுனத அன்னைக்குத்தான் பார்த்தேன் 👻

மாரியம்மன் கோவில் திருவிழா நல்லாப்போச்சுங்க இரண்டு பேரும் மாறி மாறி Sight அடிச்சிக்கிட்டோம்

அப்டியே போயிருந்தால் நல்லா இருந்திருக்கும்...

அப்டியே Archestra Night ஆரம்பிச்சிது கிராமத்துல உள்ள எல்லிருக்குமே தெரியும் கோவில் திருவிழானாலே ஆர்க்கெஸ்ட்ரா நடக்கும்னு

எடுத்தும் மாரியம்மன் Song போட்டு ஆட ஆரம்பிச்சாங்க அப்போதான் தெரியும் பெரிய பசங்கள்ள யார் யார் பயங்கர ஜொல்லு விடுவாங்கன்னு ..

ஆடவந்த Girls Dress மாத்திர ஒளிஞ்சிப்பாக்குது அப்புறம் Stage la அவங்கஆடுறத ஏதா காணாத கண்டுக்கிறப்போல அநேகயே செட்டில்டு ஆகிடுறதுன்னு ஒரே மஜாவா இருக்கும்

தீரன்

என் அண்ணனும் பெரிய மாமாவும் சும்மா இருந்த சங்க ஊதிக்கெடுத்ததுப்போல ஒரு சம்பவம் பண்ணுனாங்க 😱

Orey item song a போட்டு ஆடிட்டு இருக்கும்போது அங்க ஆடுற Head lady dancer கிட்ட உங்க ஆட்டக்கோஸ்ட்டி ஆண்கல் கூட ஆடுனதுப்போதும் எங்க ஊருப்பையன் கூட ஒரு ஆட்டம்போடுங்கன்னு Mikla சொல்லிட்டான் அவங்களும் ஆடுறோம்னு சொல்லிட்டாங்க

இவன் என்னய குண்டுக்கட்டா தூக்கிட்டு Stage ஏறிட்டான் 8 வது படிக்கிற எனக்கெப்புடி அவங்கக்கூட டான்ஸ் டக்குனுஆடத்தோணும் அதுவும் ஊர் முன்னாடி ஸ்டேஜ்ல ஆடனும்வேர

என் மானத்தக்காப்பாத்துடான்னு என் அண்ணன்சொல்லிட்டு கீழப்போயிட்டான்

பாட்டு போட்டாங்க மலைக்கோட்டைல புரட்சித்தளபதி விஷாலும் பிரியாமணியும் ஆடுன

ஏய் ஆத்தா ஆத்தோரமா வாரியா 🎧🕺🏃

அந்த இடத்துல அந்த அக்கா பின்னி எடுக்குறாங்க அக்காவாவது சுக்காவாவது நீயும் ஆடுன்னு ஆட ஆரம்பிச்சிட்டேன் ஊரே கைதட்டுது அத்தைங்க எல்லாமே மருமகனே கலக்குன்னு சொல்றாங்க எல்லாமே காதுல விழுது அவங்கக்கூட Merge ஆகி நானும்ஆட ஆரம்பிச்சிட்டேன்

மதி மொரச்சி மொச்சிப்பாக்குரா மதியாவது ரதியாவது நீ ஆடுடான்னு நானும் ஆட ஆரம்பிச்சிட்டேன்

Last a என்ன கையப்பிடிச்சி அவங்க சுத்திலாம் விட்டாங்க எனக்கா வெக்கமா ஆகிடிச்சி பாட்டு முடிஞ்சதும் கத்தி Enjoy பண்ணுனாங்க ...

அந்த Video casate இன்னும் Dubaila எங்க ஊரு ஆலுங்க Roomla இருக்குன்னா பாத்துக்கோங்களேன் அதுல இருந்தே இந்த அத்தைங்க எல்லாமே ஆட்டக்காரான்னு கூப்பிடுவாங்க ..

அடுத்த நாள் School போகும்போது எல்லாரும் ஒரு மாதிரி சிரிக்கிறாங்க எனக்கு Shy ஆகிடுச்சி Crct a விக்கி மதாக்கு முன்னாடி டேய் ஆளு ஆட்டாக்காரி உன்ன Last a சுத்துனது வேர LeVelnu அவ இருக்கும்போது கத்தி வெறுப்பேத்திட்டான்

ஏற்கனவே அவ மூஞ்சில எல்லும் கொள்ளும் வெடிச்சிருக்கு இப்போ வெடிகுண்டே வெடிச்சப்போல இருக்கு

பிரியா என்ட வந்து மதி கூப்பிடுறான்னு சொன் நானும் போனேன்
போன உடனே வெக்கமா இல்ல ஊர் முன்னாடி இப்டி ஆடிறுக்க

தீரன்

நல்லாதானே இருந்துச்சி மதி

மன்னாங்கட்டிப்போல இருந்துச்சி அவளும் நீயும் அந்தப்பாட்டும் பாட்டுல உள்ள Meaningum கொன்றுவேன் இதான் Last வார்னிங் இனிமேல் எவக்கூடவாச்சிம் ஆடுன மரியாதை கெட்றும்னு பொய்ட்டா ....
My mind voice : இவளும் ஆடமாட்டா ஆடுறவறையும் விடமாட்டா பொறாமை பிடிச்சவ 😳😳😳😊

அக்காவிற்க்காக அடி வாங்கி திருப்பி அடித்த தீபன்:

அக்காக்கூட பொறந்த எல்லா பசங்ளும் Face பன்றததான் நானும் Face பன்னுனேன்

அக்கா அழகா இருந்துட்டா போதும் மாமான்னு என்ன கூப்பிடுன்னு ஆயிரம் மாமா பசங்க வந்திடுவானுங்க

யாரையுமே அப்டி ககூப்பிடமாட்டேன் மரியாதை கெட்றும்னு சொல்லுவேன் உன் தங்கச்சிக்கு நா மாமாதானே வேணும் அவங்கள என்ன மாமான்னு கூப்டுன்னு சொல்ல சொல்லுவேன் அதனாலயே என்ட வாயக்கொடுக்கமாட்டானுங்க

என் அக்கா பெரம்பலூர்ல சாராதா Clg
படிச்சிட்டு இருந்தாங்க Daily ஒரு அண்ணங்காரன்போல நான்தான் Cycle ல கொண்டுபோய்ட்டு விட்டுட்டு Again வீட்டுக்கு பஸ் வந்ததும் அழச்சிட்டு வந்து விடுவேன்

வேணும்னே என்னய வம்பு இழுத்தானுங்க டேய் மச்சான் உங்கொக்கா Sareela செமையா இருக்காடா

உன் தங்கச்சியும் செமையா இருந்தா மாமா

அவன் காண்டாகி என்ன அடிச்சிட்டான் , அடிச்சா யாரா இருந்தாலும் திருப்பி அடிக்கனும்னு அம்மா எப்போவும் சொல்வாங்க நானும் அடிச்சேன் அவன் என்னப்பொலபொலன்னு பொலந்துட்டான் அவன்ட சொன்னேன் டேய் நீ பத்து அடி அடிச்ச நா அடிச்ச 3 அடியே போதும்டா உன் வயசுக்கு பொடிப்பய என்டலாம் அடிவாங்கிட்டியேன்னு கலாய்ச்சிட்டேன்

உடன் மறுபடியும் அடிக்க வந்தான் எல்லாரும் ஓடிவந்து தடுத்துட்டாங்க அவன் சொல்றதும் நியாயந்தானே நீ ஏன்டா அவனலாம் வம்புக்கு இழுத்தன்னு இவன திட்ட ஆரம்பிச்சிட்டாங்க

இந்த விஷயம் சாயங்காலம் அக்காக்கு தெரிஞ்சிடுச்சி அக்கா வந்து என்ப்பார்த்து அவ கலங்கிட்டா நீ ஏன்டா அந்தப்பொருக்கிப்பய கிட்ட வம்பு வச்சிக்கிட்ட 😮

அப்பா இருந்திருந்தா அவன் வாய கிழிச்சிருப்பாருல அதத்தான் நானும் பன்னுனேன்னு சொன்னேன் கட்டிப்புடிச்சி அழுதா அப்புறமெள சரி ஆகிட்டா

அக்காவின் வரமே தீபன் :

ஆமாங்க என் அக்காவுக்கும் எனக்கும் 8 வயசு வித்யாசம்

எங்கப்பக்கத்து வீட்டு ராஜேஷ் அண்ணா சின்னவயசில
இருக்கும்போது என் அக்கா தன்னோட தம்பிப்போல
அவனப்பாத்துக்கிட்டா
அவங் வீட்டுல ஒரு கட்டத்துல என் அக்காவ ஒதுக்க
ஆரம்பிச்சிட்டாங்க உங்க வீட்டுக்கு போ போ ன்னு

இது என் அக்காவ ரொம்ப வறுத்தப்பட வச்சிது

என் அக்கா ஒரு வாரம் சரியா சாப்டல தூங்கற
ஸ்க்கூல்க்கூட போகல எங்க அப்பாவ Forienla இருந்து
வரவச்சிட்டா எனக்கு தம்பி வேணும்னு ஒரே அடம் அந்த
அடத்தால 1996 திட்டக்குடில ஜோதியம்மாள் Hospital la
ஜூன் எட்டு கடைசியா ஒரு பையன் பொறந்தான்

அவன் வேரயாருமில்லா நான்தான்😄😍
பொறக்கும்போது செம கலரா இருந்த என்னப்பாத்திட்டு
என் அக்கா செம Happy அப்புறம்தான் தூங்குனாலாம்

கருப்புத்தங்கம்👊🏻🤙🏻:

விடிஞ்சி என் அக்கா ஒரே அழுகுறா ஏன்னு கேட்டதுக்கு Ngt
தம்பி வெள்ளையா இருந்தான் இப்போ கருப்பாகிட்டான்னு
Doctor கிட்ட சொல்றா

உன் தம்பி Ngt இரத்தமா இருந்தான் அதோட உன்ட
காமிச்சோம் அப்புறமா கழுவிட்டு அவ Fresh ஆக்கிட்டோம்
அதான் ஒரிஜினல் கலர்க்கு வந்துட்டான்னு சொன்னாங்க

அப்புறம்தான் அவ அழுகுறத நிப்பாட்டிட்டு என்னக்கொஞ்ச ஆரம்பிச்சிட்டா

அப்போ கொஞ்ச ஆரம்பிச்சவதான் எனக்கு இப்போ 25 Age இப்போ வரைக்கும் தம்பிமேல பாசம் கொறையவே இல்ல பொன்னியின் செல்வன் படிச்சதும் குந்தவை கதாப்பாத்திரம் என் அக்காக்கு Litea பொறுந்திப்போச்சின்னு ஒரு Feel இப்ப இல்ல இனி எப்போவுமே இருக்கும் .....

என் அக்காக்கு ஒரு கெட்டப்பழக்கம்ங்க அவ Select பன்ற Dress தான் போடனும் அவ என்ன யோசிக்கிராலோ அதுப்போலதான் நடக்கனும்ம்னு அது எல்லா அக்காக்குமே இருக்கக்கூடிய (குந்தவை)வியாதிதான்😀ஆனாலப்பட்ட அருள்மொழிவர்மரே அக்கா Select பன்னி வச்ச வானதிய விட்டுட்டு முதல்ல பூங்குழலிமேல ஆசைப்படும்போது நான் வெண்மதி மேல ஆசைப்பட்ட கதையயும் அப்போ எனக்கும் என் அக்காவுக்கும் நடந்த கூத்தையெல்லாம் என்னோட அடுத்த படைப்பான் வெண்மதி வெண்மதியே நில்லு ◻️ ல தெளிவாகபார்ப்பீங்க 😊😍🙈

Final :

அப்பா இல்லாதப்புள்ள தப்பா ஆகிடக்கூடாதுப்பா 😢:

இன்னைக்குமே என் அம்மா என்ட சொல்றது இதுதான் 8 th standard Last வந்தாச்சி என் அம்மா சொல்றாங்க எனக்குத்தெரியும் தம்பி அந்த மதி பொண்ணுமேல உனக்கு ஒரு ஆசை இருக்குன்னு அதெல்லாம் மறந்திடு ஊர்ல உள்ள மத்தப்பசங்கபோல நீ கிடையாது அப்பா சரியில்ல அதான் புள்ளதப்பா வளர்ந்திடுச்சினு ஒரு வார்த்தை யாராச்சும் சொல்லிட்டா அம்மா வளர்த்த வளர்ப்புக்கு அர்த்தமே இல்லாம போய்டும் அதனால நல்லா படி நல்லப்பையன்னு பேரு வாங்கு எல்லாமே நல்லதா நடக்கும்

தீரன்

உன்னைய 9 Th பெரம்பலூர்ல சேர்க்கப்போறோம் அதனால் அங்க புது நட்புக்கிடைக்கும் உள்ளூர்ல இருந்தா எதுவுமே தெரிஞ்சிக்கமுடியாது கொஞ்சம் வெளிஉலகம் போ அம்மா சொன்னத புரிஞ்சிக்கிட்டேன் 😊அதுபோல எல்லாத்தையும் Life ல Follow பண்ண ஆரம்பிச்சிட்டேன் இந்த தீபன 2009 ல இருந்து 2016 வரைக்கும் விட்ருங்க. அடுத்த 2016 ல இருந்து 2019 ல தீபன் வல்லவனா மாறி வெண்மதிக்கூட எப்படிகாதல்ல விழுந்தான்னு வெண்மதி வெண்மதியே நில்லு ல படிச்சி தெரிஞ்சிக்கோங்க

தீபன் Belike : எனக்காடா End card போட்றிங்க எனக்கு Ende கிடையாதுடா வல்லவனா மாறி வெண்மதி வெண்மதியே நில்லு 🗆ல உங்க மனச ஒரு உலுக்கு உலுக்குறேன் பாருங்க 😊😍

காதல் கண்ணன் காதல்ல வல்லவனா
மாறப்போறான் 😊😎🏃🙏

தீரனாகிய தீபன் வல்லவனா மாறி வெண்மதி ய
எப்படியெல்லாம் காதல் பன்னியிருக்கான்னு
அடுத்தப்படைப்பான் 👇

வெண்மதி வெண்மதியே நில்லுல

படிச்சி தெரிஞ்சிக்கோங்க 😍
நன்றி வணக்கம் 😍🙏

என்றும் அன்புடன்

கா. தீரன் 😍